செங்காரம்

இரா. திருப்பதி வெங்கடசாமி IAAS
M.Sc.(Ag), MPA, CISA, CIA, CFE

நியூ செஞ்சுரி புக் ஹவுஸ் (பி) லிட்.,
41- பி, சிட்கோ இண்டஸ்டிரியல் எஸ்டேட்,
அம்பத்தூர், சென்னை- 600 050.
☎: 044 - 26251968, 26258410, 48601884

Language: Tamil
Sengaram
Author: **R. Thiruppathi Venkatasamy**
First Edition: April, 2024
Copyright: Author
No. of Pages: 78
Publisher:
New Century Book House Pvt. Ltd.,
41-B, SIDCO Industrial Estate,
Ambattur, Chennai - 600 050.
Tamilnadu State, India.
Email: info@ncbh.in
Online: www.ncbhpublisher.in

ISBN: 978-81-2344-619-6
Code No. A4995

₹ 100/-

Branches:

Ambattur 044 - 26359906, **Spenzer Plaza (Chennai)** 044-28490027
Trichy 0431-2700885 **Pudukkottai** 04322- 227773 **Thanjavur** 04362-231371
Tirunelveli 0462-4210990, 2323990, **Madurai** 0452-2344106, 4374106
Dindigul 0451-2432172 **Coimbatore** 0422-2380554 **Erode** 0424-2256667
Salem 0427-2450817 **Hosur** 04344-245726 **Krishnagiri** 04343-234387
Ooty 0423-2441743 **Vellore** 0416-2234495 **Villupuram** 04146-227800
Pondicherry 0413-2280101 **Nagercoil** 04652-234990

செங்காரம்
ஆசிரியர்: **இரா. திருப்பதி வெங்கடசாமி**
முதல் பதிப்பு: ஏப்ரல், 2024

அச்சிட்டோர்: **பாவை பிரிண்டர்ஸ் (பி) லிட்.,**
16 (142), ஜானி ஜான் கான் சாலை, இராயப்பேட்டை, சென்னை - 14
☎: 044-28482441

All rights reserved. No part of this book may be reprinted or reproduced or utilised in any form or by any electronic, mechanical, or other means, now known or hereafter invented, including photocopying and recording, or in any information storage or retrieval system, without permission in writing from the publishers.

விதையுறக்கத்திலிருந்து பிறந்த விருட்சங்கள்

தி.வெ.ரா. என்று அறியப்படும் கவிஞர், இந்திய அரசின் மிக முக்கியப் பொறுப்பில் பணியாற்றுபவர். மிகவும் நெருக்கடியான பணியிலும் தான் கடந்துவந்த பாதையின் நெடிமாறாமல் மனத்தில் பேணி; தன் பால்ய கால நினைவுகளில் தோன்றியவற்றை கவிதையாய் வடித்து, பன்னெடுங்காலம் பெட்டிகளில் பூட்டிவைத்து இன்று நமக்குப் புதியதாய் படையலிடுகிறார். இத்தனை நாள் கழித்து வெளிவந்த போதும் இன்னும் புதுமையாய் சூழ்நிலைகளுக்கேற்றவாறு இருப்பது இவரது கவிதையின் தன்மையை உரைப்பவை. இவரது கவிதைகள் காட்டுச் செடியின் மணம் மாறாமல் வசீகரிக்கும் தன்மை கொண்டவை. இவரது தொகுப்பின் பெயரே, இவரை, இவரின் கவிதையை அனைவருக்கும் இனம் காட்டும். செங்காரம், காரமென்றாலும் உணவிற்கு சுவைதானே, வாழ்வின் ஆதாரத்தை அசைத்து மறுதலிக்கும் இக்கவிதைகளும் சமூகத்தின் ஆரோக்கியத்திற்கு அவசியமானவை. மொத்தம் ஐம்பது தலைப்புகளில் தனக்கு ஏற்பட்ட மனப்பதிவுகளை, குமுறல்களை கவிதையாய் மாற்றி காலம் வரும் வரைக் காத்திருந்து, இன்று ஒரு தொகுப்பாய் நமக்குக் கொடுத்திருக்கிறார்.

இந்தக் கவிதையின் வடிவம் குறித்து அவரே அபிப்பிராயம் சொன்னபோதும் அது கவிதையாய் நிகழ்ந்திருப்பது தான் இந்தத் தொகுப்பின் சிறப்பு. ஒவ்வொரு நிகழ்விலும் தன்னை இணைத்து, அதற்கோர் வடிவமும் முடிவும் சொல்ல கவிஞரன்றி யாரால் இயலும்? கவிதை என்பதே ஒருவர் தன் எண்ணத்தையோ அனுபவத்தையோ கற்பனை நயத்துடன் உணர்வுப் பூர்வமாக சொல்லாட்சியோடு சுருக்கமாகவும் செறிவாகவும் வெளிப்படுத்தும் வடிவம் தானே! உரைநடை சாயலில் இருப்பதால் அவற்றை

கவிதையல்ல எனும் முடிவிற்கு வரவேண்டிய தேவையில்லை. மேலும், தற்போதைய சூழ்நிலையில் உரைநடைக் கவிதைகள் சாதித்தது ஏராளம் (Prose Poetry). மேலும், கவிதையின் வடிவம் காலம் காலமாய் புதிய பரிணாமத்தை அடைந்து கொண்டே இருப்பதுவும் கவிதையின் சிறப்பியல்பு. இலக்கணங்களின் கட்டுப்பாடின்றி எழுதப்பட்ட வசன கவிதைகளின் வெற்றி அதன் கருத்து சார்ந்தே அன்றி, வடிவம் சார்ந்து அல்ல. அந்த வகையில் வெவ்வேறு காலகட்டங்களில் எழுதிய போதும் இன்றைக்கும் மாறாத உணர்ச்சியோடு வாசிக்கத்தோதாய், உண்மையாய் இருப்பதுதான் இந்தச் செங்காரத்தின் வலிமை.

இந்தத் தொகுப்பின் முதல் கவிதையிலேயே நோக்கம் அறிவித்து புறப்படும் அவர் பயணம் எல்லாத் திசைகளையும் அளந்துவிட்டு, தன் சொந்த மண்ணிற்கு வந்து உலகம் ஒளிர பாடலிசைப்பது ஒரு நீண்ட விதையுறக்கத்திற்குப் பின் மீண்டு வளர்ந்து கிளைபரப்பும் ஒரு விருட்சத்தை நினைவுறுத்துகிறது.

சமூகத்தின் எத்தனை அவலங்கள் நிகழுகின்றனவோ அத்தனைக்கும் வெகுண்டெழுந்து அறம்பாடியிருக்கிறார் இந்த நவீன கவிஞர். எந்தக் கவிதையை வாசித்தாலும் அதில் ஒரு கர்மயோகி அநீதி பற்றி கொதித்தெழுவதும், அவலம் பற்றி கண்ணீர் வடிப்பதுமாய் அலைந்துகொண்டிருக்கிறார். ‘காலம் தாழ்த்தி நிகழ்த்தப்படும் ஒவ்வொரு செயலும் அநீதியின் பாற்பட்டதே என ஊழல்வாதிகளின் மேல் உமிழப் போகிறேன் கொஞ்சம் விலகி நில்லுங்கள்!’, என்னும்போதே தன்னையும் சோதித்துப் பார்க்க வாசகனை அனுமதிப்பது தன் நேர்மை, மேல் உண்மை மேல் வைத்திருக்கும் அதீத பக்தியை நமக்குப் பறைசாற்றும்.

துள்ளும் ஒலிகள் எனும் கவிதை பதின் பருவ நினைவுகளை மீட்டெடுத்து வீதிகளில் நடமாடச் செய்பவை. தன்னுணர்ச்சி பாடல் வழியில் ஒரு திரை ஓவியமாய் மனத்திரையில் ஓடிக்கொண்டிருப்பவை. இந்தக் கவிதைகள் தொகுப்பின் தலைப்பைப் போலவே காரமானவை. ஆனால் இச்சமூகத்திற்குத் தேவையானவை. எத்தனையோ போராட்டங்களுக்குப் பின் வெற்றி பெற்ற மனிதனின் அனுபவத்தின் சாயலோடு இருக்கும்

இக்கவிதைகள் இவரைச் செதுக்க, இவரே செலவழித்த வேர்வைத் துளிகள். சில இடங்களில் பட்ட காயத்தால் ஏற்பட்ட இரத்தத் துளிகளும்கூட, உடலை வழியாக்கித் தந்திருக்கிறார் கவிதையாய் பல இடங்களில். உழைப்பைத் தவிர மனிதன் மயங்குவதற்கு உகந்த பொருள் ஏதுமல்ல எனும் கடவுளின் உழைப்பில் இவரது தீர்வு, காட்டில் உலர்ந்தாலும் மூலிகை தன் குணம் மாறுவதில்லை என்பதற்கு சான்று.

இந்தக் கவிதைத் தொகுப்பில் உள்ள ஒவ்வொரு கவிதையும் ஏதோ ஒரு கதையை, வாழ்வை, நினைவை, நிகழ்வைச் சொல்லிச் சொல்லி அழச் செய்கின்றன அல்லது கேள்வி எழுப்புகின்றன; அல்லது கேலி செய்து நம்மை ஆச்சரியப்படுத்துகின்றன. சிறுவயதின் கோபமும், வயதான பின் மன்னிக்கும் பக்குவமும்தான் நம் வளர்ச்சியின் அடையாளங்கள் என்கிறார்கள் ஆன்றோர். அந்த வகையில் இந்தக் கவிதைகளில் காணும் பக்குவமும், கோபமும், எடுத்துக் கொண்ட தலைப்புகளும் அவற்றைக் கையாண்ட விதமும், ஆண்டுகள் பல கடந்தாலும் மீண்டும் மீண்டும் வாசிக்கத் தூண்டும். சிறிய மனிதர்களுக்காய் (தள்ளுவண்டியும் தள்ளும் வண்டியும்) வாதாடும் இவர் கவிதைகள் "காதலர்களின் கூடல் காமத்தில் சேர்த்தியல்ல" எனும் போதும் அகத்துறையும் இவர் துறைதான் என நாம் அறிந்து கொள்ளலாம்.

சமூக நீதி வேண்டிப் போராடும் இக்கவிதைத் தொகுப்பை ஒவ்வொருவரும் வாசிக்க வேண்டியது அவசியம். ஒரு சாமான்யனின் மனநிலையில் நிகழும் அவலங்களை கூனிக்குறுக வைக்கும் இக்கவிதைகள் கிராமத்தின் காடுகளின் பாதைகளில் ஒளிரும் தும்பைப் பூவைப் போல் தூய்மையானவை; கை பற்றி அதன் தேன் உறிஞ்சும் லாவகத்தோடு நம்மை அழைத்துச் செல்லும் இத்தொகுப்பு, இன்னும் பல கவிதைகளை இவர் மூலமாக இந்த சமூகத்துக்கு நல்கும் என்ற நம்பிக்கையை அளிக்கிறது.

இவரின் கவிதைப் பணி சிறக்க அன்பும் வாழ்த்துக்களும்.

அன்புடன்
பா.தேவேந்திர பூபதி

முன்னுரை

செங்காரம் கவிதைத் தொகுப்பின் சில கவிதைகள் மிகவும் காரமானவை; சமூக அவலங்களைச் சாடுபவை. காரத்தை இலகுவாக உண்ணும் பொருட்டு வேறு சுவைகளும் உண்டு. சில காதலை வெளிப்படுத்துபவை; அவற்றைக் கடந்தவையும் உண்டு. இந்தத் தொகுப்பில் இயற்கையின் செழிப்பையும் மனித மனங்களின் வியப்பையும் வெளிப்படுத்தும் கவிதைகளும் கலந்தே இருக்கின்றன.

வெவ்வேறு காலகட்டத்தில், வெவ்வேறு நிகழ்வுகளோடு இணைந்து வெவ்வேறு மன ஓட்டத்தில் இருக்கையில் உருவான கவிதைகள் இவை. ஆனாலும், அடிப்படை சமூகப் பார்வையிலும், அவற்றை வெளிப்படுத்தும் சிந்தனைகளிலும் மாற்றம் இல்லாமல் இயற்றப்பட்டவை. கவிதையின் கருப்பொருளைக் கட்டுப் படுத்தாமல், மனதில் தோன்றிய பல எண்ணச் சுவைகளைக் கவிதையாக்கி இருக்கிறேன். அந்தச் சூழலை வாசிப்பவர்களே உணர வேண்டுகிறேன்.

தொகுப்பிலுள்ள அனைத்துக் கவிதைகளிலும் கவித்துவம் முழுமையாக வெளிப்படாமல், உரைநடையின் சாயல் உள்ள இடங்களும் உண்டு. அது கவிதையின் குறைபாடு அல்ல; சிந்தனையின் செயல் வடிவம். அவை கருத்தாக்கத்திற்கு உதவும் என இந்நூலில் இடம்பெறுகின்றன.

இந்த நூலில் உள்ள கவிதைகளைத் தொகுப்பதற்கு வழிகாட்டிய தமிழறிஞர் காசி மாரியப்பன் ஐயா அவர்களுக்கும், திருமதி சுகிர்தலதா அவர்களுக்கும், பதிப்பகத்தாருக்கும் நன்றிக்கு உரியவனாவேன்.

செங்காரத்தை முழுமையாகச் சுவைப்போம்

இரா.திருப்பதி வெங்கடசாமி

நோக்கப் பயணி...

கருவேலங் காடுகளில் தொடங்கி
பெருமரக் காடுகளைக் கடந்து
செவ்வானின் செங்காரத்தைத் தொட
சிறு அடிகளின் தொடர் பயணம்...

    விழியின்றி இருள் பார்வையோடு
    வழியற்ற பரந்த புதர்க்காட்டில்
    இலக்கு எதுவெனப் புரியாமல்
    நிலத்தை அளக்கும் என் பயணம்...

கடவுள் படைத்த மனிதனைத் தேடி
மனிதன் படைத்த கடவுளைத் தேடி
பாதை எதுவெனத் தெரியாமல்
எதை நோக்கி என் பயணம்...?

    மனிதனை மறந்து கடவுளையும் கடந்து
    கடவுளின் பெயரால் மனிதனைக் கொல்லும்
    சாத்தான்களின் பேரண்டத்தில்
    'மனிதத்தை'த் தேடும் என் பயணம்...

மெய் பகுத்தறிவில் அடித்தளம் அமைத்துச்
சுய மரியாதையில் பெருஞ்சுவர் கட்டிச்
சமத்துவச் சமூகக் கோட்டை எழுப்பிச்
சகலரும் இன்புறும் வாழ்வைத் தேடி...

    உடன் படுவோர் ஓராயிரம் பேருடன்
    உயிர்த்ததன் கடனை நோக்கிய பயணம்!
    உன்னத உலகின் உச்சத்தைத் தேடி
    உடலும் உள்ளமும் ஓயாத பயணம்!

வாழ்வின் பயனாம் வாழ்வின் நோக்கு;
நோக்கமில்லா வாழ்வு போக்கில்லாப் பயணம்;
எவர் வாழ்விற்கும் மூலமாயிருப்பது நோக்கு;
என் வாழ்வின் நோக்கை இயம்புவேனாக!

    "சுய பகுத்தறிவில் அடித்தளம் அமைத்துச்
    சுய மரியாதையில் பெருஞ்சுவர் கட்டிச்
    சமத்துவச் சமூகக் கோட்டை எழுப்பிச்
    சகலரும் இன்புற வாழத் தூண்டுவேனாக!"

குடிசைக் கோவில்

குடிசைக் கோவிலில்
குசேலரின் குழந்தை...
என்பு தோல் போர்த்திய
உடம்பாக...

    போர்த்த
    என்ன இருக்கிறது?
    தோலைத் தவிர!

அமுதை நாடி
ஆர்வத்துடன்
அன்னை மார்பைத் தேடி...

    சுரந்தது பால் அல்ல,
    ரத்தம்!

அழ முடியாத
குழந்தையைக் கண்டு,
அழுகிறாள் அன்னை...

    கன்னங்களைச் சுடுகிறது
    கண்ணீரின் வெப்பம்!

வயிறு காயும் போது
அடுப்பின் அனலை மிஞ்சும்
நெஞ்சின் கனல்...

    பணமில்லாதவன் பிணமாம்...
    பணம் படைத்தவன்
    பிணத்தின் நெற்றியிலும் காசு!

அரை ஆடையும்
கசக்கியதில் கரைந்து போனதால்
அரை மனிதனிலிருந்து
முழு விலங்காய் முன்னேற்றம்.

ஏழையின் சிரிப்பிலே
இருக்கிறான் எனில்
ஏழையின் அழுகையில்
இறைவன் இறக்கிறானா?

சுவாசம் சுமையாகச்
சொப்பனத்திலும் சுகமில்லை;
கனவில் வாழவும்
காசு வேண்டும்!

எளியோரைச் சுரண்டுவோர்
எண்ணற்று இருக்கையில்...
வறளும் வாடிக்கை வாழ்க்கை!

ஏழைகளின் குடிசைகள்
எல்லைகளைக் கடந்தவை...
சாதி சமயச் சுவரும்
குடிசையைத் தாங்குவதில்லை!

எளிதாய் வெல்வோம்;
உலகை நாங்கள்!

வறுமையின் வளர்ச்சியில் தான்
யாதும் ஊரே; யாவரும் கேளிர்!!

குத்து விளக்கு...

சமூக விரும்பிகளாம் - எம்மை
பெண்ணினம் பழிக்க
ஆணினம் அழைக்க
அழுகின்றது எங்களினம்!

    நாங்கள் குற்றவாளிகளல்ல-
    தண்டனை பெறும் சாட்சிகள்;
    அநீதியும் அவதியும் எங்களுக்கே!

குலமாதராய் விளக்கேற்ற
நாங்கள் நினைக்கையில்
விலைமாதராய் விளக்கணைக்க
அவர்கள் நினைக்கின்றனர்!

    நாங்கள் பாவிகளல்ல-
    பாவிகளின் பாவங்களைப்
    பங்கு போட்டவர்கள்!

வண்டினம் தேனுண்டதால்
பெண்டிர் குணமிழந்தோம்;
மலர்களின் பயன்களை
மறந்தும் கொடுப்பதில்லை!

    தாங்கும் வேரின்மையால்
    மங்களப் பாங்கையுமிழந்தோம்;
    சேய் தந்து சிறப்பிக்கும்
    தாய்மையுமிழந்தோம்!

தொட்டிலில் துயின்ற நாள் முதல்
பட்டினியில் கிடந்திட்டோம்;
கட்டிலில் படுத்திட்டோம்; அதனால்,
விட்டிலாய் நெருப்பில் பட்டோம்!

    வறுமையை ஒழிக்க முயன்று
    வாழ்வையே ஒழித்துவிட்டோம்!

யார் கரத்தையும் வேண்டாத போது
யாவரும் எம் கரம் பற்றினர்;
ஒருவர் கரம் வேண்டும் போது
ஒருவரும் தம் கரம் நீட்டவில்லை!

    மலர்களைத் தலையில் சூட்ட
    மண்ணுலகில் எண்ணற்றோர்;
    மாலையாய்த் தோளில் சூட்டிடத்தான்
    மாநிலத்தில் எவரும் இலர்!

ஏ! சமுதாயமே!
நாங்கள் தனியாக இருக்கையில்
நீ சுகமாக இருந்தாயே?
நாங்கள் உன்னோடு சேர்கையில்
எங்களை நீ வெறுப்பதேனோ?

    எங்களைப் பலர் அணைக்கையில்
    நீ அணைக்க மறுக்கின்றாயோ?
    அந்தப் பலரே உன்னுள்ளிருக்கையில்
    இந்த சிலருக்கு இடமில்லையோ?

சிசு கவி

பெண்பாலாய் பிறந்ததனால்
தாய்ப்பாலைத் தவிர்த்தனரே;
ஆண்பாலாய் அவதரிக்காததால்
அரிசிப்பாலைத் தந்தனரே!

    அருட்பால் இன்மையால்
    தெருப்பால் கிடக்கின்றேன்;
    திருப்பால் போதாமையால்
    தீப்பால் தரப்பெற்றேன்!

என்பால் மனமிறங்கி
அன்பால் ஆதரிக்க
மண்பால் யாருமில்லை
மாண்பால் உயர்ந்தோரே!

    முப்பால் சான்றோரும்
    மூப்பால் ஆன்றோரும்
    பொறுப்பால் பெரியோரும்
    அறப்பால் போற்றலையே!

இறைபாலும் கருணையில்லை
சிறைபால் அனுப்பினானே;
எவர்பாலும் குற்றமில்லை
பிறப்பால் பிழையானேன்!

பொம்மைக் குழந்தைகள்

சுதந்திர நாட்டு
இளவரசர்கள்
வறுமையின் கைதியாய்
வேலைச் சிறையில்...

விடலைக் குழந்தைகள்
விளையாட வேளையின்றி
கற்கும் காலத்தே
கம்சனுக்கு உழைக்கிறார்கள்!

வாழ்க்கைப் போர்க்களத்தில்
அட்டைகளுக்கு அடிமைப்பட்டதால்
அடிப்படை உரிமைகள்
காணாமல் போயின, இரத்தத்தில்!

பிழைப்பிற்கு வழிதேடி
உழைப்பதால்
பிஞ்சில் பழுத்து
முதிர்வதற்குள் உதிர்கிறார்கள்!

பிள்ளைகளின் வியர்வையில்
பிணங்கள் பிழைக்கின்றன!
குஞ்சுகளைக் கொத்தக்
கழுகுகள் காத்திருக்கின்றன!

தன் சமாதிக்குத் தானே
உழைக்கும் ஆடுகள்;
பெருச்சாளிக்குப் பயந்து
ஓநாய்க்கு உணவானவர்கள்!

நாளை உலகை ஆள
இன்று பயிற்சி பெறும்
இந்நாட்டு மன்னர்கள்.

வாழ்வைத் தொலைத்தபின்
ஆள்வதற்கு என்ன இருக்கிறது?

பனித்துளி

மலர் பூ கனி பழம்
மாவின் தீனிமேலே!

திசைகதிர் வெண்ணொளி
பசலை இரவினூடே!

குளிர்பந்து வெளிர்குழல்
தளிர் மாதின் மீதே!

பெண்மணி மின்மினி
மண் விரிப்பின் மீதே!

பொன்மீன் விண்மீன்
கடல் வானினூடே!

விழிமான் எழில்மாது
பொழிற் சோலையினூடே!

குமிழ்நிலவு குவிபூமி
முகில்நிறை வெளியினுள்ளே!

அருஞ்சுவைப் பெரும்பொருள்
சிறுதமிழ்ச் சொல்லினுள்ளே!

ஊழல்...

உரிமை இல்லாமல்
ஒழுங்குமுறை இல்லாமல்
பெறப்பட்ட எல்லாம்
ஊழலின் வடிவங்கள்தான்!

தகுதி இல்லோர்க்கும்
தரம் பேணாதோர்க்கும்
தரப்பட்ட வாய்ப்புகள் யாவும்
ஊழலின் வகைகள்தான்!

தகுதியோடு தரமிருந்தும்
ஒழுங்கோடு உரிமையிருந்தும்
வாய்ப்பு மறுக்கப்படுவதும்
ஊழலின் உள்ளடக்கம்தான்!

கடமையைச் செய்ய
ஊதியத்தையும் கடந்து
கேட்டுப்பெறும் யாவும்
ஊழலில் சேர்த்திதான்!

பொறுப்பைச் செய்வதற்கு
விரும்பிப் பெற்ற
பொருளும் சேவையும்
ஊழலின் வகைகள்தான்!

வரவையும் செலவையும்
முறைகேடாய்ச் செய்து
நிறுவனம் ஈட்டும் லாபமும்
ஊழலில் ஒன்றுதான்!

வேண்டியது கிடைக்காததால்
வேலை செய்யாமல் விடுவதும்
சேவையில் குறை வைப்பதும்
ஊழலில் உடன்படுவதுதான்!

சட்டம் கடுமை காட்ட வேண்டும்;
சாமர்த்தியம் காட்டித் தப்பினால்
சமூகம் சாட்டையைச் சுழற்றிச்
செங்காரமாய்ச் சீற வேண்டும்!

எல்லோரும் எப்போதும்
விழிப்புடன் இருங்கள்;
ஊழல் கழிவை உண்போர்க்கு
உமிழ்நீரை பருகக் கொடுங்கள்!

நல்லோர் எல்லாம் நகருங்கள்;
ஊழல்வாதிகள் மேல் உமிழ வேண்டும்!
என் மீது எச்சில் பட்டாலும்
இரக்கமின்றி உமிழுங்கள்!

துள்ளும் ஒலிகள்

துள்ளித் திரிந்த காலத்தில்-நீ
சொல்லிச் சென்ற சொற்கள்
கல்லில் வடித்த சிலையாய்-என்
காதில் ஒலிக்கிறதே!

ஓடி விளையாடிய வேளையில்
உளறிய புதுமை விதிகள்...
காதில் ரகசியம் சொல்கையில்
நாணத்தின் கோணல் ஒலிகள்...

நகைச்சுவை சொன்ன போது
நறுமுகையின் நல்லொலி...
நான் காயம் கொண்ட நாளில்
நீ விசும்பிய அழுகை ஒலி...

அம்மாவிடம் அறிமுகம் செய்கையில்
மென்று விழுங்கிய மென்மை ஒலி...
அப்பா பார்த்துவிட்ட அரை நொடியில்
அச்சத்தில் எழுந்த அதிர்ச்சி ஒலி...

இளவேனில் காலச் சுற்றுலாவில்
அளவின்றிப் பேசிய குதூகல மொழி...
காதல் சொன்ன கணத்தில்
தயங்கிய தடுமாற்ற ஒலி...

காதில் ஒலிக்கிறதே!
துள்ளித் திரிந்த காலத்தில்-நீ
சொல்லிச் சென்ற சொற்கள்
கல்லில் வடித்த சிலையாய்!

கொடிதின் கொடியோர்

பிறக்கும் முறை ஒன்றே ஆயினும்,
பிறப்பிடம் உடலில் வேறென மூடர்கள்
கற்பித்த கற்பனைக் கசடுகளைக்
காலமெல்லாம் சுமக்கும் கயவர்கள்!

  ஆண்டோ ரென்று கூறிக் கொண்டு
  ஆணவக் கழிவை அகத்தில் தேக்கி,
  மானிடனாய் வாழும் தகுதி இழந்து,
  மாண்டவர் உடல் வாழும் புழுக்கள்!

ஆணவக் கொடுமைகளுக்குக் காரணம் தேடி
ஆண்டாண்டாய் சேர்த்து வைத்த அழுக்குகள்;
அருகிலிருந்து இழிவு படுத்தும் அரக்கர்கள்;
அன்பின் அறிச்சுவடு அறியாப் பிண்டங்கள்!

  வக்கிர மனம் கொண்ட வன்மர்கள்;
  அக்கிரமச் செயல் செய்யும் சாத்தான்கள்;
  மனத்தில் குவிந்த குப்பைகளின் மேடுகள்;
  மனிதத்தை மாய்க்கும் விடக் கலப்புகள்!

சாதியைத் தாங்கிப் பிடிக்கும் சக்திகள்,
சமூக நலனைக் கெடுக்கும் சாபங்கள்;
சாதிக்க இயலாமல் சருகாய்ப் போய்
சாக்கடையில் உருளும் சாபப் புழுக்கள்!

கடவுளின் உழைப்பு

கடின உழைப்பால் பெற்ற வெற்றியைக்
கடவுள் அருளால் கிடைத்த தென்பது,
கல்லிலும் முள்ளிலும் உழன்று சேர்த்ததைக்
களவாடிக் காணிக்கை செலுத்தும் கபடம்!

    உழைக்கும் போது உதவாத ஒன்றைக்
    களைத்திருக்கும் போது கை கூப்பியதால்,
    விளைச்சல் வந்த உடன் வெற்றிக்கு
    விதைத்தது கடவு ளென்பது கபடமே!

அல்லும் பகலும் அயராது உழைத்தவன்
ஆறுதல் தேடி அவனிடம் சென்றதனால்,
ஆண்டவன் அருளினால் வென்றான் என்பது
அவனுக்கு நேர்ந்த அவலத்தினும் அவலம்!

    ஆண்டவனின் அருள் பெறத் தேவை
    ஆழ்ந்த பக்தியும் காணிக்கையும் எனில்,
    அகில மாந்தர் அனைவரும் செய்தால்
    அருள் யாருக்கு, எங்ஙனம் கிட்டும்?

உடலும் உள்ளமும் தளராது உழைத்து
உயர்வுக்கு உரமிட்டு உன்னத மடைந்தால்,
காட்சிப் பொருளாகிக் கல்லாய் இருந்தவர்க்கு
காணிக்கை யாக்கும் கற்பிதம் களங்கம்!

    வற்றிய வயிற்றுடன் உதவிய பெற்றோருக்கும்
    கற்பித்து கனவை ஊட்டிய ஆசிரியருக்கும்
    கலங்கிய காலத்தில் கைகொடுத்த தோழனுக்கும்
    கனவு வெற்றியைக் காணிக்கையாக்கும் - நேர்மை,
    கடவுளுக்குக் கொடுப்பதில் கடுகளவும் இல்லை!

அயர்ச்சியில் உறங்காது உழைத்தும்
தளர்ச்சியில் துவழாது பிழைத்தும்
ஏளனத்தில் கலங்காது நிலைத்தும்
ஏற்றம் தரும் வெற்றியைத் தொட்டதும்,
வெட்கமின்றி உரிமை கோரும் கடவுள்
வேதம் ஓதும் சாத்தான்களுக்குச் சமம்!

    முத்திரை பதித்து வாழ்வில் உயர
    நித்திரை துறந்து நீடித்து உழைத்து
    அல்லும் பகலும் முயன்று வென்றதும்
    கல்லெனக் காத்திருந்த கடவுளுக்கு
    காணிக்கை தர வெற்றி இலவசமல்ல!

எனக்குதவாக் கடவுளுக்கு
எனது வெற்றியில் பங்கில்லை!
இரந்து கேட்கும் பழக்கம் எனக்கில்லை!
இரந்தால் தருவதில் தவறேதும் இல்லை!

    வேடிக்கை பார்த்த கடவுள் யாசித்தால்
    வெற்றியை இரவலாகத் தருகிறேன்!
    பிழைத்துப் போகட்டும்; பிச்சை போடுகிறேன்!
    யாசகம் முக்கியம்! கடவுளுக்குத் தான்!

தீர்வு

உருவாக்கவும் உயிர் காக்கவும் இடர்களைச்
சருகாக்கவும் தோல்வியை எருவாக்கவும் - பிறவித்
துயர் போக்கவும் முயன்றிடாது, மூடர்கோவே
உயிர் போக்கவே பயின்றாயோ?

தியாக ஆன்மாவின் தூக்கம்

பவள விழாச்
சுதந்திரத்தைச்
சுவைத்துவிட்டு
நித்திரைக்குள்
நுழைகையில்...

    இடையூறாக
    என்ன ஒலி அது...?

எம்மில் உயர்ந்தவர்
எவருமில்லை என
ஆனந்தக் கூத்தாடிவிட்டு
அயர்ந்து உறங்குகையில்...

    என்ன ஒலி அது?
    இடையூறாக...

உலகாளும் மன்ற
உத்தம உறுப்பினர்களிடையே
உரையாடல் நடக்கிறதா?

    புதிய ராஜ்ஜியத்தில்
    கொடியேற்றிய கோமகனின்
    வாய் வார்த்தைகளா...?

வாக்குறுதியை வாரிவழங்கி
வெற்றிக்குப் பின் உறங்கும்
தலைவர்களின் குறட்டை ஒலியா?

    பில்லியனைக் கடந்த
    பிள்ளைகள் எல்லா வளமும்
    பெற்ற பெருமகிழ்ச்சியா?

ஊழல் பெருச்சாளி
ஊரெங்கும் பரவியதை
உணர்த்தும் அபாயச் சங்கா?

பேரர்க்கள ஓலத்தை விஞ்சும்
போர்க் கருவி வாங்கிய
பேரத்தின் பேரிரைச்சலா?

ஆடையில் அலங்கரிக்கும் வர்ணத்தை
ஆளை அடிமையாக்கப் பூசியவரின்
ஆங்காரம் தகரும் ஓசையா?

சமத்துவத்திற்குப் போரிடும்
அர்த்தநாரியின் உரிமையை நசுக்கும்
இரும்புக் கால்களின் உரசலா...?

சாதியைத் தாங்கும்
ஆண்ட பரம்பரை அடிவருடியரின்
ஆணவக் கூச்சலா...?

தனது பெயரில் காலந்தோறும்
ஏய்ச்சிப் பிழைப்போரின்
கயமையைக் கண்ட
கடவுளின் விசும்பலா?

மதம் கொண்டு ஆடிய
கலகத்தில் காணாமல் போன
மனிதத்தின் மரண ஓலமா?

பாலியல் சுரண்டலுக்குப்
பலியான பள்ளிக் குழந்தையர்
பதறும் கூவலா...?

வன்முறைக்காளான
பெண் பிள்ளைகளின்
பெருங்குரல் அழுகையா...?

    பெரு நிறுவன வளர்ச்சிக்கு
    அரசாங்கம் அளித்த உத்திரவாத
    ஒப்பந்தத்தின் ஒத்திகைக் குரலா?

கடன் வாங்கியக் கள்வர்கள்
கடல் கடந்து போய்க்
களிப்புறும் கள்ளச் சிரிப்பா?

    காலமெல்லாம் உழைத்த உழவன்
    கடன் சுமையால் உயிர் துறக்கும்
    கடைசி மூச்சின் ஒலியா?

நீண்ட நெடும் சாலைகளில்
நடந்து சென்று மாய்ந்திட்ட
சாமான்யனின் சாவு மணியா?

    ஏழைகள் பரம ஏழைகளாகும்
    பிழைபட்ட கொள்கைகளால்
    பிழைப்பு போனவனின் புலம்பலா?

கல்வியையும் மருத்துவத்தையும்
கடைத் தெருவில் விற்பவனின்
கல்லாவில் விழும் காசின் ஒலியா?

    இயற்கையை ஆக்கிரமித்த
    ஆசிரமங்களின் அக்கிரமத்தால்
    அஞ்சும் விலங்குகளின் அலறலா?

என் தூக்கத்தைக் கெடுக்கும் ஒலி
எதுவாக வேண்டுமானாலும் இருக்கட்டும்!

    கெடுவது என் நாடாக இல்லாமல்,
    என் தூக்கமாக மட்டும் இருக்கட்டும்!!
    என் தூக்கமாக மட்டுமே இருக்கட்டும்!!!

அடங்கு ஆணவமே

அவள் ஓடிப்போனாள்!
யார் சொன்னது?
உண்மையில்-
அவள் தன்
வாழ்வைத் தேடிப்போனாள்!

சடங்குகள்... சம்பிரதாயங்கள்...
சமுதாயத்தின் சட்டங்கள்...
புன்னகைக்குள் பொய்முகங்கள்...
கலகலக்கும் கள்ள மனங்கள் யாவையும்
காற்றில் தூற்றிவிட்டு...

பெற்றோரின் கடமைகள்...
குடும்பத்தின் கண்ணியம்...
சமூகத்தின் கட்டுப்பாடுகள்...
அனைத்தையும் ஆராய்ந்தனர்!
ஆனால் அவள் மனதை...?

எல்லோரும் எதிர்த்தனர்;
எரித்துவிடுவதாய் மிரட்டினர்;
அறைக்குள் சிறை வைத்தனர்;
மனதை மாற்ற மன்றாடினர்;
ஆனால் அவளை வாழவைக்க...?

அன்பில்லாத ஆன்மாக்கள்;
அண்டை அயலாரின் ஏச்சுக்கள்;
ஆசைகாட்டும் பேய்கள்;
ஆடவரின் ஈனப்பேச்சுகள்;
அனைத்தையும் புறக்கணித்துவிட்டு...

அன்பு தேடிச் சென்றவள்
பண்பில்லாதவளா? - காதலித்ததால்
கசையடி கொடுத்தவர்கள்
கண்ணியவான்களா? - ஆணாதிக்க
அடக்குமுறையின் ஆரம்பம்தான்
திருமணமா? - பெண்ணின்
ஆசைகளை அழிப்பதுதான்
இல்லறத்தின் இயல்பா?

சமூகத்தின் சட்டங்களுக்காக - சந்ததியின்
சந்தோசத்தைச் சிதைப்பதா?
இனத்தவர் அங்கீகாரம் வேண்டி - மகளின்
மன(த்)தை மழுங்கடிப்பதா?
ஊர்வாயை அடைக்க வேண்டி - சொந்த
உதிரத்தை உறைய வைப்பதா?
வறட்டு கௌரவத்திற்காக - பெற்ற
பிள்ளையைக் கொல்வதா?

மதம்மாறி மனது வைத்தால் - மண்ணில்
மனிதகுலம் மறைந்திடுமா?
சாதிவிட்டு நேசம் வைத்தால் - மற்றவர்க்கு
சமுதாயச் சீர்கேடா?
ஏழைமீது எண்ணம் வைத்தால் - சமூகத்தின்
எழுச்சிக்கு இழுக்கா?
எவர்மீது பாசம் வைத்தால் - உலகில்
எல்லோரும் ஏற்பர்?

மனதிற்கேற்ற இணையை நாடுவதில்
மகத்துவம் ஏதுமில்லை!
தமிழ்ச் சமூகத்தில் காதலும் புதிதல்ல...
பெண் போராடுவதும் புதிதல்ல...

ஆழ்மனதில் அமிலத்தை ஊற்றி
ஆசைகளை அழித்துவிட்டுப்
பெண்ணவளைப் புன்னகைக்க வேண்டிய
பேடிகளைப் பொசுக்கினால் தவறில்லை!

ஆண்ட பரம்பரை பெருமையையும்
குலப் பெருமையின் உயர்வையும்
பெண்ணின் காதலில் நுழைத்தது
மண்ணில் மூடத்தின் உச்சம்!
மனித மூர்க்கத்தின் மிச்சம்!!

மனதிற்குப் பிடித்தவன் மனிதனாயினும்
மாற்றான் எனக் கொடுங்கோபம் கொண்டு
மந்தையில் வைத்துக் கொன்றொழிப்போர்
மலத்தை மட்டும் உண்ணும் மயிராளிகள்!

அடங்கு ஆணவமே!
ஆண்ட பரம்பரை எனும் ஆணவமே!

அதிகாலை

இரவின் நிலை மாறுகையில்
உறக்கத்தின் உச்சம் விலகியது!

செந்நிற மலர்களோடு கீழ்வானின்
பொன்நிறம் சிரிக்கத் தொடங்கியது!

வெண்ணிலா வெளிர் நிறமாகி வெகுளிப்
பெண்ணாய் மேகத்திரையினுள் பதுங்கினாள்!

விண்மீன்கள் கணப்பொழுதில் கருகி
கண்மீன்களின் காதலைத் துறந்தன!

நிலமகளின் மேல் படர்ந்த பனிப்போர்வை
நினைவுகளை இனிமையாக்கி நீளச் செய்தது!

மரங்கள் அசைந்து தம் ஒளிச்சேர்க்கை
மன்மதனை உற்சாகமாய் வரவேற்றன!

மலர்கள் உயிர்கையில் எழுந்த மணம்
மனம் தேடும் மங்கையாய் மயக்கியது!

உலையில் சூடேறும் குளிர்நீராய்,
அறையை இதமாக்கும் காற்று!

விறகடுப்பில் வெளியாகும் புகை
காற்றில் கரைந்து மூச்சை முட்டியது!

அறியாமை போக்கும் கல்விபோல்
கதிரொளி காரிருளைக் கரைத்துவிட்டது!

இரவின் அமைதியைக் கெடுத்துவிட்டுப்
பறவைகள் பாடத் தொடங்கின!

சேவலின் கூவலைச் செவிமடுத்துச்
சோம்பலின் சுகம் சோரம் போனது!

கண்ணை மூடியிருந்த நித்திரை
மன்னன் முடி துறந்து நின்றான்!

காதுகள் விழித்துக் கூர்ந்து கேட்ட போது
வாசல் தெளிக்கும் ஒலி மெலிதாக வந்தது!

வீதியில் தெளித்த சாணக் கரைசல்
நாசியைத் தழுவி வாசம் தந்தது!

மாக்களின் அழைப்புடன், பக்திப்
பாக்களின் அலறலும் தூரத்தே கேட்டது!

காடு செல்லும் மாடுகளின் சலங்கை
காதுகளைக் குடைந்து சென்றது!

கன்று பாலருந்தும் ஒலியும் மணமும்
'காப்பிக்கு' காத்திருக்கச் சொன்னது!

உரசும் மண் பாத்திரங்களின் ஓசையழகு
உணவின் சுவையை உணர்த்திச் சென்றது!

வண்டுகளின் ரீங்காரத்தின் பொருள்
கண்டறியச் சிந்தையின் செயல் கூடியது!

உருளியால் கிணற்றில் நீரிறைக்கும் ஓசை
உழைப்பை நினைவூட்டி எழச் சொன்னது!

தானியப் பொடி கோலத்தின் மணத்தில்
மேனியில் உணர்ச்சிகள் சிலிர்த்தன!

சுழன்றடித்த ஈரம் இழந்த காற்று
எழுந்து போவென ஆணையிட்டது!

தூங்கிய சுகவாசிகள் சோம்பல் முறித்துத்
துள்ளி எழ அதிகாலை அனுமதி யளித்தது!

முன்காலை அவசரமாக நகரத்தில்!
பொன்காலை அழகாக கிராமத்தில்!!

கடவுளின் கருத்துப் பிழை

எங்கும் எதிலும் இருப்பதாய்க்
கருதும் கடவுள்களிடம்
பொல்லாத நோய் குறித்துப்
பொதுவாகச் சில கேள்விகள்...

    மரித்த மகள் உடலைத்
    தோளில் சுமந்த தந்தை;
    தோள் கொடுக்காத உற்றாரால்
    பெற்றவன் உடலைச் சுமந்த பெண்கள்.

அம்மை அப்பன் இறப்பறியாது
பொம்மை தேடும் பச்சிளம் குழந்தை;
மரணம் தழுவும் மகனைக் காக்க
அடிவயிற்றிலிருந்து அலறும் அன்னை.

    விறகுகள் போதாமல்
    வேகாத பிணங்கள்;
    மீனாடும் நதியில்
    ஊடாடும் உடல்கள்.

கண் திறந்தால் காட்சிப் பிழைகள்
கண் மூடினாலோ கனவுக் கோரங்கள்;
காதுகளில் ஓயாத மரண ஓலங்கள்;
நாசியில் நுழையும் இரத்த வாடைகள்.

    கையறு நிலை மானுடம்
    காலத்தின் கடைசியில் இருந்தாலும்,
    கண்திறந்து பாராக் கடவுளே,
    நீ கருத்துப் பிழையா?

இரா. திருப்பதி வெங்கடசாமி

பளிங்குக் கடவுளரும் பஞ்சலோகச் சிலைகளும்
ஒளிந்து கொண்டனவோ, பேரிடரில்...?
கருங்கல் தெய்வமும்
காவல் காக்காது விட்டனவே...
இரக்கத்தைத் தொலைத்து விட்டனவோ?
உருவமற்ற கடவுளரின் உள்ளமும்
உணர்ச்சியற்றுப் போனதோ...?

கண்ணீராறு கண்டும் இரக்கம்
கொள்ளாதவன் இறைவனோ?
கருணை இல்லாதவனுக்கு
கடவுளாகும் தகுதி உண்டா?

பேரிடர்ப் பெருந்துயரில்
அவசர சிகிச்சை
மனிதர்க்கு மட்டும் அல்ல...
கடவுள்களுக்கும் உடனடித் தேவை!

இறைவனுக்கு இதய மாற்று சிகிச்சையும்
கடவுளுக்கு கண் அறுவை சிகிச்சையும்
உடலைப் புதுப்பிக்கும் சிகிச்சையும்
யாவற்றையும் கடந்த அவசரத் தேவை.

மடமைகளைக் கொளுத்திவிட்டு,
அன்பை மட்டும் பேணும் வாழ்வும்
அறிவார்ந்ததை ஏற்கும் பண்பும்
கடவுளுக்குத் தருவோம்...!

ஆயின்...
கடவுள் கருத்துப் பிழையானதால்,
பிடித்த சொல்லால் நிரப்பிக் கொள்க!

கரிசல் காவலர்கள்

கருவேலங் காட்டின் கசடுகளையும்
கள்ளிக் காட்டின் கடுந் திரட்டையும்
கரணை வளர்ந்த களர் நிலத்தையும்
காய மின்றித் திருத்திய கலைஞர்கள்!

கருப்பு மண்ணின் கருத்த மனிதர்கள்;
காலில் செறுப்பின்றிச் சுடும் மணலில்
கட்டுடலில் கட்டிய கோவணத்தோடு
கடுமையாக உழைக்கும் உழவர்கள்!

முண்டாசு கட்டித் தலை நிமிர்ந்து
முறுக்கேறிய கால் கொண்டு நடந்து
முதுகில் மூட்டை தூக்கும் வலுவோடு
முற்களிடையே வாழும் உரமானவர்கள்!

மண்ணில் ஈரம் இல்லாததால்
மழையை நம்பிய வாழ்க்கை;
நெஞ்சில் வீரம் நிறைந்ததால்
நிலத்தை நேசிக்கும் மண்ணர்கள்!

கடும் வெயிலில் களிமண்ணில் நடந்து
கார மிளகாயைக் கஞ்சியோடு உண்டு
கால் வயிற்றை நீரும் காற்றும் நிரப்பி
காலமெல்லாம் வாழும் கனவான்கள்!

தாகம் தீர்க்கும் தண்ணீர் தேடித்
தடாகம் இருக்கும் தடம் நாடித்
தலையிலும் இடையிலும் குடம் ஏந்தி
காளையென கடுமையாய் உழைத்துக்
கருப்பு நிலத்தில் வண்ணம் தீட்டும்
கரிசல் காட்டின் கருப்பழகிகள்!

இரா. திருப்பதி வெங்கடசாமி

களை வெட்டி நட்டபயிர் வளர்த்துக்
கரைகட்டிக் காயும் வெயிலில் நீர்பாய்ச்சி
கதிரறுத்துக் களம் சேர்த்துப் போரடிக்கும்
களைப்பு என்பதறியா கரிசல் பெண்கள்!

விதைத்த விதை துளிர்க்கக் காத்திருந்து
முளைத்த களையைக் குனிந்து நீக்கி
விளைந்த விளைச்சலை வீடு சேர்க்கும்வரை
களைத்துப் படுக்காத காளை மனிதர்கள்!

ஆடியில் பொய்த்துப் போன மழைக்கும்
அறுவடையில் பெய்து கெடுத்த மழைக்கும்
அவ்வப்போது பயிரைத் தாக்கும் பூச்சிக்கும்
அடங்காமல் பயிர் வளர்க்கும் பாதுகாவலர்கள்!

தீச்சட்டி போன்று சுடும் வாழ்வானாலும்
தீப்பெட்டித் தொழில் வந்த காலத்திலும்
கலப்பையால் கரிசலை உழுவதை நம்பிக்
காலத்தை வென்ற கரிசல் காப்பாளர்கள்!

விளைச்சலைப் பார்த்துப் புன்னகைத்த போது
விலை வீழ்ந்து விரக்தியாய் நின்றாலும்
மலைத்துப் போய் மண்ணைவிட்டுப் போகாமல்
நிலைத்திருந்து நிலம் காக்கும் நெடுமரங்கள்!

மக்கும் வாழ்வானாலும் மண்ணை மதித்து
மாற்று வாழ்க்கை தேடிச் செல்லாமல்
கருகும் பயிர்களொடு தாமும் கருகிக்
கரிசல் காட்டைக் காக்கும் கடவுளர்கள்!

அற(ர)சியல் களம்

அரசியல் களத்தில்
அறத்தின் வேர் நுனிகள்
அறுக்கப்படுவதால்,
அழுக்கின் தூர்கள்
அடிமண்ணில் படர்ந்து,
அங்கதக் களமானது!

    மக்களின் மனங்களை
    மாற்றம் கொண்டு வெல்லாமல்
    மதம் கொண்டு வெல்ல,
    மன்னர்கள் வேலோடு வருவதால்,
    மந்தையானது மாக்களின் களம்!

கருத்தியல் உத்திகளால்
களத்தில் மோதாமல்,
காழ்ப்புணர்ச்சியில் தூற்றி
கலவரங்களைக் காட்சியாக்கி
கண்ணீரை வாக்காக்கும் கனவால்,
களம், கலகமாகி இருக்கிறது!

    உடலை முருக்கேற்றி
    உணர்ச்சியாகப் பேசி
    உண்மையற்ற கதைகள் கூறி
    இனம் பிரிப்போர் கூடும்
    வலைகளும் தளங்களும்,
    வன்தளங்களாய்ப் போனது!

கடந்து போகும் மேகங்களாய்
கடந்த காலத்தில் கலைகளில்
கண்மூடி இருந்த கனவான்கள்,
கலையுலகில் களைத்த பின்னர்
கடவுளெனக் கூறிக் கொண்டு
களமாடும் மய்யமாகிப் போனது!

இரா. திருப்பதி வெங்கடசாமி

இயற்கையைக் காக்கவும்
இயல்பான வாழ்க்கைக்குமான
உரிமைகளை உரக்கக் கேட்போரின்
உயிர்களை உடனடியாய் பறிப்போர்
உயர்ந்தோரெனக் கூறி உலவும்
உலைக்களமாகிப் போனது!

சமூக ஒளியென நம்பும்
கதிரவனின் சீடர்கள் சிலர்
சுட்டெரிக்கும் சூரியனாய்
சட்டென்று மாறுவதால்,
அடித்தட்டு மக்களின்
அடிவயிற்றிலும் ஆழ்மனதிலும்
அச்சத்தை ஊட்டுகிறது!

சூரிய ஒளியைச் சேரா இலைகள்
மலர்களையும் கனிகளையும்
தாங்குவது இயற்கையானாலும்,
இருள் பரப்புவோரைத் தாங்குவதால்,
எதிர்காலம் குறித்த பயம்
இலைகளுக்கும் மக்களுக்கும்
இயல்பாக வருகின்றது!

வானுயர் வாக்குறுதிகளை
வாரி வழங்கும் வள்ளல்கள்,
வாக்குகளை வங்கியாக்கி
வாக்காளர்களை விலைக்கு
வாங்கிக் கொள்ளும் வழிகள்
வாடிக்கையாகிப் போயின!

அரசியலில் அங்கதமும்
அங்கதத்தில் அரசியலும்
அடங்குவதில் தவறில்லை...
அது நடக்கும் (மா)நிலத்தை
அறம் பிறழ் அரக்கர்கள்
அவையாக மாறாத வரையில்!

அரசில் பிழைத்தோற்கு மட்டுமல்ல
அறமில்லா அரசியல்வாதிகளுக்கு
அதிகாரமளிக்கும் மக்களுக்கும்
அந்த அறமே கூற்றாகும்!

காதலின் மறுவடிவம்

ஏறு தழுவியவன்
மார்பைத் தழுவி
நெருக்கி அணைக்கையில்
நொறுங்காத நெஞ்சம்,
தழுவியவன் மார்பைவிட்டு
நழுவிச் சென்றதும்
நசுங்கிப் போகையில்,
நயக்கிறது காதல்!

மலையைத் தூக்கும்
வலிமை பெற்றவன்,
உள்ளம் கவர்ந்தாள்
உடுத்திய உடையின்
எடையைத் தாங்காமல்
எடுத்து எறிகையில்,
எழுகிறது காதல்!

உள்ளக் களிப்பில்
வெள்ளமென வரும்
கொஞ்சும் கவிதைகள்,
மஞ்சத்தில் சேர்கையில்
நெஞ்சம் சிலிர்த்து
வெற்று ஒலிக் கற்றையாகி
வெளி வருகையில்,
வெல்கிறது காதல்!

உடல் நீர் வேர்வையாகி
உமிழ் நீர் உணவாகி
உயிர் நீர் ஒன்றிணைகையில்
உயிர்களைப் படைத்து
உலகத்தைக் காத்திடும்
உன்னதக் காதல்!

காதலர்களின் கூடல்
காமத்தில் சேர்த்தியல்ல!
காதலின் மறுவடிவம்!

தள்ளு வண்டியும் தள்ளும் வண்டியும்

வீடு தேடி வந்து
வீதியில் கூவி
தள்ளு வண்டியில்
வியாபாரியிடம்
பேரம் பேசும்
வீராப்பின் கர்வம்,
பெயர் எழுதிய பைகளில்
அடுக்கி வைத்த
காய்கனிகளை
வாங்குகையில்
காணாமல் போகிறது!

கொஞ்சம் வாங்கினாலும்
கொத்தமல்லித் தழையைக்
கொசுறு தரும்
கடைக்காரரின் கரிசனத்தில்,
எவ்வளவு வாங்கினாலும்
வாங்கியதைக் கொண்டு செல்ல
மக்காத நெகிழிக்கும்
மொத்தமாகப் பணம் கேட்கும்
பெருங்கடைப் பெருமை,
வெறுமையாகிப் போகிறது!

இயல்பான உடையில்
இருக்கும் இடத்திற்கு வந்து
விற்பவரிடம் வாங்குகையில்
அரும்பும் ஆனந்தம்,
ஆடம்பர ஆடை உடுத்து
அடுக்குமாடிக் கடை சென்று
விரும்பியதை வாங்குகையில்
அருகிப் போகின்றது!

தள்ளு வண்டிக்காரரிடம்
உள்ளதை வாங்குகையில்
உண்டாகும் உவகை,
வண்டி தள்ளிக் கண்டதை
அள்ளி வருவதில்
அடங்கிப் போகிறது.

அண்மையில் பறித்து
வெட்ட வெளியில்
கொட்டி வைத்தவற்றை
அமுக்கிப் பார்த்து
அளந்து வாங்கும் இன்பம்,
என்றோ பறித்து
எவற்றையோ தடவியதை
இதமறியாது வாங்கையில்
இல்லாமல் போகிறது!

நலம் கேட்டுத்
தண்ணீரும் தந்து
கொடுத்து விட்டு
கைபார்த்துக் கீரை
வாங்கும் முறையில்
உள்ள உயிரோட்டம்,
கட்டி வைத்த கீரையை
கசங்காமல் எடுத்து
கடமைக்கு வாங்குகையில்
கருகிப் போகிறது!

வாழ்க்கைத் தரம் மாறுகையில்
வாங்கும் முறையும் மாறுகிறது!
தரம் உயர்ந்த வாழ்கை முறையில்
தடுமாறிய எளியவர் வாழ்க்கை!
தடம் புரளும் தள்ளு வண்டிகள்!!

கடவுள் வியாபாரிகள்

அருவமான கடவுளுக்கு
உருவம் நானென்று உளரும்
பெரும் புரட்டு மன்னர்கள்!

கற்பனைக் கடவுள்களுக்கு
ஒப்புடையான் எனக் கூறும்
ஒப்பனைப் பிம்பங்கள்!

வித்தை சில கற்றுக்கொண்டு
மொத்தக் கடவுள் யானெனும்
பித்தம் மிகுந்த படிமங்கள்!

எல்லாம் வல்லவன் என்று
நல்லவனாய் வேடமிடும்
தொல்லைமிகு எத்தர்கள்!

உள்ளம் பலவீனமாய்
உள்ளவர்களை ஏய்க்கும்
கள்ளமனக் கயவர்கள்!

தத்துவம் என்ற பெயரில்
நித்தமும் உளறுகின்ற
குப்பை மனிதர்கள்!

கற்பனைக் கடவுளை
விற்பனை செய்திடும்
கடவுள் வியாபாரிகள்!

வினை

அரவம் தொட்ட அண்ணல் மதிகெட்டோடி
மருத்துவம் துறந்து, மந்திரம் நாடி-முடிவில்
மாண்டுதான் போனால், விதியென்பர் பேயென்பர்
வேண்டாவினை யென்ப(த)றியா மூடர்.

பாலை

அனல் பொறிகளாய்
மணல் குவியல்கள்!

கள்ளிக் காட்டின்
கனிந்த கனிகள்!

ஈரமற்ற காற்றிலும்
வீரமான மக்கள்!

காயும் வெயிலில்
தேயும் வாழ்க்கை!

ஒட்டகத்தின் உதவியால்
வட்டில் நிறைகிறது!

வல்லூறுகள்

பள்ளி செல்லும்
பட்டாம் பூச்சிகளை
வல்லூறுகள்
வட்டமிடுகின்றன!

இரை தேடி
கடல்தாண்டி மலை தாவிச்
செல்லாமல்
காலடியில் சுற்றுகின்ற
கழுகுகள் பலவுண்டு!

உறவென்றும் நட்பென்றும்
உற்ற துணை யானென்றும்
உடனிருந்து ஏய்க்கும்
ஊன் உண்ணிகள்!

வெள்ளை மனம்
உள்ளவனாய் வேடமிட்டு
பிள்ளைக் கறி வேண்டும்
குள்ளநரிகள்!

பல்லாண்டு கழித்துக்
கல்லூரி ஏகும்
பெண் பிள்ளைகளை
வன் கொடுமை செய்யக்
காத்திருக்கும் செந்நாய்கள்!

எட்ட நின்று சீறும் பாம்பையும்
கிட்ட நின்று தீண்டும் தேளையும்
ஒட்டி உரசும் அகோரிகளையும்
வெட்டித் தகர்ப்பதில் தவறில்லை!

பட்டாம் பூச்சிகளைப் பாதுகாக்கச்
சட்டாம் பிள்ளையாக வேண்டும்!
பட்டாசாக வெடிக்க வேண்டும்!!

ஆ(று)ற்றாமை

ஊருக்கு வெளியே
ஒய்யாரமான இடத்தில்
உற்பத்தியாகின்றேன்!

காடு கரைகளைக் கடந்து
ஓடை கால்வாய்களை உள்வாங்கி
உற்சாகமாய் ஓடி வருகிறேன்!

தூரத்தே துள்ளி வருமிடத்தே
ஆநிரைகளும் ஆட்களும் அருந்த
நீரமுதை அளிக்கின்றேன்!

நகரின் எல்லையை நாடும்வரை
நகரும் இடம் தோறும் பலவாகப்
பயன்படும் வகையில் பாய்கிறேன்

எல்லையை எட்டும் வரை
எல்லோருக்கும் எல்லாமுமாய்
எழுந்தோடி வருகிறேன்!

ஊருக்குள் வந்த உடன்
யாருக்கும் பயனில்லாமல்
சேறாக மாறிச் சேதமானேன்!

நறுமண ஆறாக நகர்ந்தவன்
நகருக்குள் வந்த உடன்
நாற்றமெடுக்கும் நீராகிறேன்!

    சாக்கடை நீரும் சகதியும் சேரும்
    போக்கிடம் இல்லாமல்
    வடிகாலாய் என்னுள் கலக்கின்றன!

நெகிழிக் குப்பையை
நேரடியாகக் கொட்டி என்னை
நெகிழாமல் கெடுத்துவிட்டனர்!

    கசடுகளைக் கள்ளத்தனமாய்
    கலந்து என் கார்மேக நீரைக்
    கழிவு நீராக்கிவிட்டனர்!

ஆறு கடலில் கலக்குமிடத்தில்
அழுக்குகளின் அடர்த்தி அதிகமாகி
சாந்துக் கலவையாய் மாறினேன்!

    ஊருக்கு அழகு ஓடும் ஆறு;
    ஆற்றைக் கெடுப்பது ஒழுக்கமற்ற ஊரு;
    ஊரும் ஆறும் சேர்ந்து கெட்டால்
    காரணம் ஊர் கொண்ட மாக்கள்!

எச்சக் கயவர்கள்...

மனிதம் மரித்துப் போன பின்
மனிதக் குடல் தரும் எச்சம்...
மக்களின் குடி நீரில்...

    எச்சத்தைக் கலந்த எச்சில்கள்...
    தமது செரித்த உணவின் மிச்சத்தை
    தாமே மறுசுழற்சி செய்யத் தகுந்தோர்!

கழிவைக் கலந்த கயவர்களின்
உடற் குழாய்களில் ஓடுவதும் கழிவே!
உள்ளத்தில் உதிப்பதும் கழிவே!

    மலம் கலந்த நீரின் மணத்தை
    எல்லா நாசிகளும் நுகரட்டும்;
    தீண்டாமையின் உச்சத்தை உணர!

கழிவைக் கலப்பதைத் தடுக்காமல்
கலந்த பின் சட்டம் தன்
கடமையைச் செய்யட்டும்; நாம்
கலந்தவர்களைக் கந்தலாக்குவோம்...!

அகத்துறை

அவன் சிரித்த போது
அவளுக்கு உதித்த மகிழ்ச்சி
அவள் சிரித்த போது
அவனுக்கு அதிகரித்ததே!

அவன் காயம் கொண்ட போது
அவனுக்கு இல்லாத ரணம்
அவள் காயம் கொண்ட போது
அவனுக்கு உண்டானதே!

அவள் உடைந்த போது
அவனுக்கு நேர்ந்த சோர்வு
அவன் உடைந்த போது
அவளுக்கு அதிகரித்ததே!

ஒருவர் உணர்வை
மற்றவர் உணர்வதும்
தம்மை மறந்து
மற்றவரை நினைப்பதும்...

உள்ளம் கவர்ந்தார்க்கு மனதை
அள்ளிக் கொடுத்து, அவரின் சிந்தையைக்
கொள்ளையடிக்கும் சுகந்தத்தில்
துள்ளும் மனது...

காதலுக்கே காதலைக் கற்பித்தால்
காதலர் காதலிக்கக் கற்றிடலாம்!

ஒளிரும் உலகம்...

உலகம் ஒளிர்கிறது!
உலகம் ஒளிர்கிறது!!

தேர்தல் திருவிழாவில்
உலகம் ஒளிர்வதில்
வியப்பில்லை...
    திருவிழா முடிந்து
    விளக்குகள் அணைகையில்
    மீண்டும் இருள்!
    உலகம் ஒளிர்கிறது!!

விளக்குகள் இல்லா
என் வீட்டுக் கூரையில்
இருக்கின்றன ஓட்டைகள்;
    உலகம் ஒளிர்கையில்
    ஓட்டை வழி வரும்
    ஒளியில் வாழ்கிறேன்!
    உலகம் ஒளிர்கிறது!!

என் கண்கள் கூசுகின்றன!
இருளையே பார்த்தவன்
ஒளியைப் பார்க்கையில்
கண்கள் கூசுவது
இயல்புதானே...
உலகம் ஒளிர்கிறது!

என்னைச் சுற்றியோ ஒளிவட்டம்!
வயிறும் உள்ளமும் எரிகின்றன...
    என் வீட்டில்
    அடுப்பும் விளக்கும் எரியாததால்!
    உலகம் ஒளிர்கிறது!!

ஓர் உண்மை...
என் வீட்டிலோ இருள்...
ஒளிரும் மனத்தில்
நான் நன்றாக வாழ்கிறேன்!

    ஆனால்...
    தலைவர்கள் வீட்டிலோ ஒளி
    உள்ளத்திலோ இருள்...
    உலகம் ஒளிர்கிறது!!

உலகம் ஒளிரட்டும்...
என் வாழ்வும் ஒளிரட்டுமே!
என் தேவையெல்லாம்
ஒரு மெழுகுவர்த்தி!

    உழைக்கும் மக்களுக்காக
    உருகும் மெழுகுவர்த்தி!
    ஒரே ஒரு மெழுகுவர்த்தி!!
    உலகம் ஒளிர்கிறது!

காகிதப் புழுக்கள்

உலகக் களத்தின் வேங்கையை
உள்ளூர் குளத்தின் மிச்சங்கள்,
உள்ளத்தின் குப்பையைக் கொட்டி
எள்ளி நகையாடிய நச்சுக்கள்!

ஆதிக்கவெறி ஆணவம் கொண்ட
காகிதப் புழுக்களின் எச்சங்கள்,
காட்டுப் புலியின் ஆட்டத்தைக்
கண்டு கலங்கி நிற்கின்றன!

நாட்டின் தோல்வியில் மகிழ்வோர்
வீட்டில் விடம் கக்கும் வீணர்கள்!
வீரியின் வெற்றியைச் சகிக்காதோர்
சாதிய சாக்கடை வாழ் ஈனர்கள்!

அணுவளவும் திறனற்ற அற்பர்கள்
ஆண்ட இனமென்று ஆடினாலும்,
ஆட்டத்தின் உச்சம் தொட்டவளின்
அடிதொழவும் தகுதி யற்றவர்கள்!

பிறப்பால் பேதம் பார்ப்போர்
செருப்பின் கீழிருக்கத் தகுந்தோர்!
சாதிதான் பெரிதெனக் கூவுவோர்
சாக்கடையை மனதில் சுவைப்போர்!

ஓய்வு

மூளையைச் செறிவாக்கி முதுகில் சுமைதூக்கிப்
பாளையாம் பருவம்தொட்டு ஓய்தலின்றிக் - கல்விச்
சாலையேகிப் பல்கலை பயின்றுப் பண்டிதராகி
வேலையில் சேருங்காலை ஓய்வு!

தீர்த்த யாத்திரை

புனிதப் பயணம் போவதற்குத்
தனியாக வழியனுப்பு விழா;
பயணம் போனபின் தொடங்கும்
உடமை போக்கிப் பெருவிழா!

உயிர் பிரிந்த உடன்
பிணம் என்றாகும் பெயர்
மனைவிட்டு உடல் போனால்
மறந்து போகும் நினைப்பும்!

இருக்கையில் சிரிக்காதவர்
இல்லையென்றதும் வருந்திட்டார்;
நேசங்கள் மெய்யென்ற
வேசங்கள் தொடர்ந்திட்டார்!

பலரும் சேர்ந்தழுதார்;
நலங்காப்ப தாரென்றழுதார்;
சுயநலத்தால் தானழுதார்;
சோகத்தால் யாரழுதார்?

வாழ்ந்தவர் இறந்த போது
வாழ்பவர் இறவே னென்று
ஆழ்துயர் கொள்கின்றார் - நாமும்
வீழ்வோம் என்பதைத்தான் மறந்தார்!

நித்தமொரு முகம் பூண்டு
மொத்த வாழ்க்கையும் மாறுவது
அத்தனையும் இறப்பே ஆயினும்
இத்தனைநாள் அழாததேனோ?

துயர் துடைத்தல் இன்பமென்றால்
உயிர் துறத்தல் துன்பமாகுமோ?
உறக்கமது சிறந்ததெனில், மீளா
உறக்கத்தை வெறுப்ப தேனோ?

மறுபக்கம்

நான் மரித்த போது
உணர்வுகள் உயிர்த்தன!

இருண்ட வேளையில்
சங்கீதத்தைச் சிருங்கரித்து
வெள்ளி எழுந்த வேளையில்
வீதியில் விழுந்து கிடந்தேன்!

அவள் சிரித்த போது
சோகம் சுகமளித்தது!

புல்வெளியைப் பாயாக்கிப்
பனித்துளியைப் பஞ்சாக்கிப்
படுத்துறங்கி எழுந்தால்
உடலில் இரத்தக் காயங்கள்!

அவள் நினைத்த போது
நினைவிழந்து போனேன்!

கடலலையில் கால் நனைத்து
தேடலை நான் தொடங்கி
முடிவுகளை நெருங்கிய போது
விடியாமலே போனது இரவு!

நான் மரித்த போது
உணர்வுகள் உயிர்த்தன!

பாவை யார்?

உயிரோடு இணைந்து
உருவான காதலிக்காக
உலகெங்கும் தேடுகிறேன்!

மஞ்ஞையவள் நடனம் பயில
நெஞ்சத்தைக் களமாய்த் தந்தேன்!

கண்ணொளிக்குக் காணிக்கை யாக்க
விண்மீனை விலைக்கு வாங்கினேன்!

பிறைநெற்றியில் பொட்டு வைக்க
குறைநிலவைக் கட்டி வந்தேன்!

கோவைச் செவ்வாய்க்கு நிறம் சேர்க்கப்
பவளப்பாறையைச் செதுக்கி வைத்தேன்!

கருங்கூந்தலை அலங்கரிக்க
கார்மேகத்தைக் கடத்தி வந்தேன்!

தளிர்மேனியில் உடுத்துவதற்கு
குளிர் பனியை நெய்து தந்தேன்!

சிற்றிடைக்குப் பரிசளிக்க
வெற்றிடத்தை வாங்கி வந்தேன்!

மாநிறத்தாள் மனம்மகிழ
வானவில்லை வளைத்து வைத்தேன்!

என்னவளின் நடையைக் காண
அன்னத்தை அழைத்து வந்தேன்!

கொஞ்சும் மொழியாளுக்குக் கொடுக்க
அஞ்சுகத்தைப் பிடித்து வந்தேன்!

வெள்ளை உள்ளத்தைக் கொள்ளையடிக்க
பிள்ளை பொம்மை செய்து வைத்தேன்!

பிஞ்சுப் பாதம் நடந்து செல்ல
பஞ்சு மேகத்தை விரித்து வைத்தேன்!

பரிசுகளைத் தேடிவிட்டேன்!
உரிமையாய்க் கொடுப்பதற்குப்
பாவையைத் தேடுகிறேன்!

இல்லாத பாவைக்கு
எல்லாவற்றையும் சேர்த்துவிட்டேன்!
பொல்லாத பாவையாக வந்துவிட்டால்,
எல்லாம் தொல்லையாகி விடும்!

உள்ளத்தைக் கொள்ளை கொண்ட
நல்லாளை நாளும் தேடுகிறேன்!

ஒரு குடிமகனின் நடைபயணம்

கொற்றவனின் செங்கோல் செழித்ததால்
வெற்றி நடை போடுகின்றோம்!
மனித வாழ்வின் மாண்புகளைக் காக்க
வேண்டிய மட்டும் சமத்துவத்தை
எட்டி விட்டோமென்ற மமதையில்
ஏறு நடை போடுகின்றோம்!

    எல்லோரும் எல்லாவற்றிலும் சமமென்ற
    சாதனையைச் செய்துவிட்ட நாங்கள்,
    சாதியை ஆக்கிய நூல்களையும்
    ஆண்டைகளின் ஆதிக்க மனத்தையும்
    அழித்துவிட்டோமென்று ஆர்ப்பரித்து
    அரிமா நடை போடுகின்றோம்!

பெருந்தொற்றுத் துயர் காலத்தில்
கால்களின் வலுவைச் சோதிக்க
கால் நூற்றாண்டு நடையைக்
காலாண்டில் நடந்தோமென்ற
ஆணவம் தலைக்கேறி ஆட்டுவிக்க
ஆனை நடை போடுகின்றோம்!

    வாளொடு தோன்றிய மூத்தகுடி
    வேல் கொண்டு ஊர்வலம் சென்று
    கருவறையுள் உறையும் உருவினைக்
    கால் பிறப்பன் என்போனும் தொட்டு
    வேள்விகள் செய்த செருக்கில்
    வேங்கை நடை போடுகின்றோம்!

மதப் பிளவு வேண்டும் மத்தங்களையும்
புதிய கடவுளை உருவாக்கும் போலிகளையும்
மதம் கொண்டு உயிர் மீட்கும் வஞ்சகர்களையும்
காதல் எதிர்ப்பு பண்பாட்டுக் காப்பாளர்களையும்
காலிலிட்டு மிதித்து விட்டோமென்ற பூரிப்பில்
புரவி நடை போடுகின்றோம்!

    கடைசி மனிதனின் கல்வி உரிமைத்
    தடங்களில் நெருஞ்சியைத் தூவிவிட்டு,
    பாடங்களிலும் பகாத அறிவைத் திணித்து
    சமூக நீதியையும் மொழி உரிமையையும்
    சாதித்து விட்டோமென்ற எழுச்சியில்
    சூர நடை போடுகின்றோம்!

கள்ளுண்டு களித்திருந்து
காவலனின் கருவூலத்திற்கு
காசை அள்ளித் தந்துவிட்டு
கோவணத்தோடு கோவலன்களாய்
வீதியில் புரண்ட இறுமாப்பில்
வீர நடை போடுகின்றோம்!

    உழுபவனுக்கும் உழைப்பவனுக்கும்
    உன்னத வாழ்விற்கென ஒப்பமிட்டு
    தெருவில் தூங்க வைத்துவிட்டு;
    கோட்டை அமைத்து வாயிலடைத்துத் தன்
    வாழ்வு வசந்தமாய் வாய்த்ததென்று
    வேழ நடை போடுகின்றோம்!

வன வளங்களையும் விலங்கின் வாழ்வியலையும்
பெரு நிறுவனங்களுக்கும் போலிச் சாமிகளுக்கும்;
மக்களின் குறு நிலங்களையும் பெரு நலங்களையும்
கூட்டாளி குபேரர்களுக்கும் கோமான்களுக்கும்
கொடையளித்துக் கொண்டாடி விட்டுக்
கோண்ம நடை போடுகின்றோம்!

    ஊழலின்றி உண்மையாய் உழைத்து
    மையத்தின் கையோங்கலுக்கு மண்டியிடாது
    மக்கள் நலனைத் தன்னலனாய்ப் போற்றி
    கடமையைக் கட்டுப்பாடோடு செய்து
    கண்ணியம் காத்திட்ட களிப்பில்
    களிறு நடை போடுகின்றோம்!

மக்கள் மனதில் தவழ்ந்திருந்தால்
வெற்றி நடையும் வீர நடையும் பொருட்டல்ல!
அரசில் பிழைத்தோர்க்கு அறங் கூற்றாவது
ஆதி மக்களின் மன்றத்தில் புதிதல்ல!
மன்னர்களின் வரலாற்றுப் பிழைகளை
மக்கள் மாற்றுவதும் தவறல்ல!

    வெற்றிநடை போடுமுன் எல்லோரும் ஓர்முறை
    சமத்துவமாய் நிமிர்ந்த நடை பழகுவோம்!
    கோல் உயர்ந்து குடி உயர்ந்து நாடுயர
    நேர் கொண்ட நன்னடை பயிலுவோம்!!

திபெத்தியர்

அரசுரிமை துறந்து ஆசையை விடுவித்து
உறவை மறந்து ஊரையும் கடந்து
துயரத்தின் தூதுவராய் இமயத்தின் வீதிகளில்
இயந்திரமாய் இயங்கும் புத்தரின் ஆன்மா!

எந்திரமில்லை மந்திரமில்லை

நெறுப்பாற்றில் நாளும் நீந்திடலாம்
வெறுப்போருடன் என்றும் வாழ்ந்திடலாம்
பொறுப்பு பேதம் கொண்ட சமூகத்தில்
ஒரு பொழுதேனும் வாழ்ந்திட முடியுமா?

அடிக்காலில் பிறந்தவன் என்று பேதம்கூறி
நீசத் தொழிலுக்கு உகந்தவன் இவனேயென்று
விசக்குழிக்குள் தள்ளப் பிறப்பு வாதம்புரிவோர்
வேசமிட்டு மோசம் செய்யும் வீணர்கள்!

சாக்கடை அடைப்பைச் சரி செய்கையில்
சாவையும் கடந்த நிலை யடைவார்;
சாப்பிடுகையில் உணரும் அந்த நாற்றத்தில்
சாவதே மேலென்ற எண்ணம் பெறுவார்!

அவரவர் கழிவை அவரவர் கழுவிட
அருவறுப்பு கொள்ளும் அவல நிலையில்
அடுத்தவர் கழிவின் மொத்தத்தை அகற்றிட
அசிங்கக் குழியில் புதைப்பது முறையோ?

மணம்வீசும் காற்றோடு மக்கள் கழிக்க
மலக்குழியைச் சுத்தம் செய்ய மாற்றானை
மரணக்குழியில் மூச்சு முட்ட இறக்குவது
மண்ணரிசி போட்டு மரிக்கச் செய்வதன்றோ?

இரா. திருப்பதி வெங்கடசாமி

வெற்றுடம்பில் வேலை செய்கின்றார்
வேறு வாழ்க்கை இல்லை என்பதால்;
வேலை முடிந்து ஓய்வு எடுக்கையிலும்
வேதனையும் உடன் வந்து வருத்திடுமே!

மந்திரமயமாக்கல் எப்பணிக்கும் இருந்தாலும்
எந்த மந்திரமும் கழிவகற்றும் பணிக்கில்லையே!
எந்திரமயமாதல் எல்லாத் துறையிலும் நடந்தாலும்
எந்த எந்திரமும் சாக்கடையகற்ற இல்லையே!

குப்பைகளைக் கூட்டிச் சுத்தம் செய்வதைக்
குலத் தொழில் என்றுரைக்கும் தந்திரிகளும்
சாதியை வளர்க்கச் சாத்திரம் கூறுவோரும்
சாக்கடையைக் குடித்துச் சமத்துவம் உணர்க!

கழிவகற்றும் பணியை வலிந்து திணித்துக்
கால்வழிப் பிறந்தோரின் கடன் என்போர்
வண்டுருட்டிப் பழத்தை உண்டு பார்த்தேனும்
உண்மை சமத்துவத்தை உணர் வாராக!

மந்திரமில்லை எந்திரமில்லை, எந்தத்
தந்திரமும் இழிநிலையை மாற்றவில்லை;
சந்ததியர்கூட இனித் தொடர வேண்டும்
சூத்திரனெனச் சாத்திரம் சதி செய்ததால்!

வாழ்க்கைப் புதிர்

என்றோ எதிர்பார்த்ததை
எதிர்பாராத தருணத்தில்
எடுத்துக் கொடுப்பதுதான்
எதார்த்த வாழ்க்கை!

அயர்ந்த வேளையில்
அடுத்த நொடி அள்ளித் தரும்
ஆச்சர்யங்களைக் கொண்டது
அன்றாடப் பயணம்!

இனிக்கும் பழத்தைவிட
புளிக்கும் காயின் சுவைக்கு
ஏங்க வைக்கும் எண்ணம்
எல்லோர்க்கும் இயல்பானதே!

உள்ளம் காயம் பட்ட போது
உடனிருக்கும் உற்றவர்களின்
பொல்லாத சொல் தரும் வலி
வாழும் மட்டும் வருத்தும்!

போகிற போக்கில்
போலி முகங்களைத்
தோலுரித்துக் காட்ட
காலம் காத்திருக்கிறது!

தூக்கத்தில் கனவு காண்பதும்
ஏக்கத்தில் கற்பனை செய்வதும்
சிக்கல் நிறைந்த வாழ்வில்
சிலிர்ப்பை உண்டாக்குகின்றன!

உறவுகளின் உதவியை நம்பி
உலகத்தை வெல்ல நினைத்தால்
ஏற்றமும் ஏமாற்றமும் ஏற்படுவதை
ஏற்கும் பக்குவம் வேண்டும்!

விலை(ளை) நிலம்

விளை நிலங்களில்
விதைத்த விதைகள்
விமான நிலையமாக
விரிவடைந்து நின்றது!

நஞ்சை நிலங்களில்
நட்ட நாற்றுகள்
சக்கரங்கள் உருளச்
சாலைகளாய் மாறின!

புஞ்சை நிலங்களில்
பயிர்களைக் கருக்கிக்
கல்லும் மண்ணும் கலந்து
கட்டடங்களாய் எழுந்தன!

பச்சையாடை பூண்ட மண்
கருமை போர்த்திக் கொண்டு
எரிவாயுக் கிணறுகளால்
எரிந்த காடுகளாய்க் கருகின!

வளர்ச்சிக்கான முயற்சிகள்
விவசாயத்தைச் சிதைக்கின்றன!
பயிர்களை வளர்த்த நிலங்கள்
பொருளாதாரம் வளர்க்கின்றன!

பள்ளத்தாக்கு

ஆணவத்தில் உயர்ந்த
அடுக்கு முகடுகளின்
பக்கச் சரிவில்
வழுக்கிய தடம்!

வான் பொழிந்த மழையை
வழித்தெடுத்து ஓடுகின்ற
வாய்க்காலின் வரப்பு!

கொதிக்கும் கோபத்தை
நாணச் சாரலால்
குளிர்ந்திட்ட காதலியின்
அன்பு அடிநாதம்!

உச்சி மலை அழகை
உள்ளிருந்து பார்த்துணர
உருவான காட்சி முனை!

உச்சியினின்று பார்க்கையில்
பச்சைப் போர்வை விரித்து
பனித்துளி தூங்கப்
பாயான பளிங்குத் தோட்டம்!

அக்கினிக் குஞ்சுகள்

இட ஒதுக்கீடு

இந்நாள் வரை
முன்னால் செல்ல
வழி விடாததால்,
பின்னாளில்
முன்னேறுவதற்கான
சிறப்பு வழி!

மானியம்

இலவசமென்று எதுவுமில்லை
இயல்பான வளர்ச்சி
தடுக்கப்பட்டதற்கான விலை!

சமூக நீதி

சமூகத்தில் ஏற்றத் தாழ்வுகளினால்
சென்றடையும் இலக்கு ஒன்றாகவும்
செல்லும் வழிகள் வேறாகவும் இருக்கையில்
கடின வழிப் பயணியின் காலுக்கான காப்பு!

ஒற்றைப் புளிய மரம்

ஊருக்கு வெளியே ஊருணி அருகில்
ஓங்கி வளர்ந்த புளியந் தோப்பொன்று
புத்தர் போலிருந்த வித்தக வியாபாரி
புளியம் பழத்தைச் சுவைக்க எண்ணினான்!

உத்தியால் மொத்தப் பழத்தையும் தனதாக்க
உயர்ந்த மரமேறும் மனிதனை நாடினான்;
மரமேறும் மனிதன் வித்தகன் ஆனாலும்
மரத்தில் பேயுண்டு என்பதால் மறுத்துவிட்டான்!

பேயைப் புறக்கணித்து மரத்தில் ஏறினான்!
பருத்த உடலோடு பக்குவமாய் மரமேற
பஞ்சை உடலெங்கும் கட்டி, பாதுகாக்க
வயிற்றில் கயிறும் கட்டி உச்சிக்கு ஏறினான்!

மரக்கிளை கிழித்துப் பஞ்செல்லாம் பறக்க
வெள்ளை உருவில் உச்சியில் தொங்கினான்;
வெள்ளைப் பஞ்சு உடலெங்கும் பரவியிருக்க
வியாபாரி பஞ்சு புத்தராக அவதரித்தான்!

புளிய மரத்தின் பக்கம் வந்த தர்மன்
பஞ்சு புத்தரைப் பார்த்துப் பதறினான்
வெள்ளைப் பேயைப் பற்றிப் பகர்ந்தான்
புளியமரப் பஞ்சு புளியமரப் பேயானது!

இரா. திருப்பதி வெங்கடசாமி

வாழ்வுரிமைச் சுவடுகள்

இரட்டைக் குவளை முறையை
ஒழிக்கக் கேட்டேன்...
இருந்த குவளை நீரில்
கழிவைக் கலந்தனர்!

ஆண்ட குடி அகந்தையை
அழிக்கக் கேட்டேன்...
ஆணவக் கொலை செய்து
ஆங்காரம் காட்டினர்!

பெண்ணடிமைத் தனத்தை
அகற்றக் கேட்டேன்...
பாலியல் சீண்டல்களைப்
பரிசாகத் தந்தனர்!

மத நல்லிணக்கத்தின்
மாட்சியைக் கேட்டேன்...
மதக் கலவரங்களைத்
தூண்டி விட்டனர்!

சமத்துவ சமுதாயத்தை
நிர்ணயிக்கக் கேட்டேன்...
சமூக பேதச் சிந்தனையை
கொள்கையாகத் தூவினர்!

மனித நேயத்தை
மேம்படுத்தக் கேட்டேன்...
வெறுப்பின் விதைகளை
எங்கெங்கும் விதைத்தனர்!

எதிர் கேள்விகள் கேட்டால்...
மிரட்டலால் பதிலளித்தனர்!
உரிமைகளைக் கேட்டால்...
சிறைகளைக் கூடுதலாகத் தந்தனர்!

கேட்டது கிடைக்காத சோகம்;
கேட்காததைத் திணிக்கும் கொடூரம்;
இருப்பதைப் பறிக்கும் குரூரம்;
வாழ்வுரிமை பறிபோவதன் சுவடுகள்!

பெரியோர் மண்

பிறப்பொக்கும் எல்லோர்க்கும் என்ற
அறம் போற்றும் மக்களின் இடமிது;
எல்லோர்க்கும் எல்லா வசதிகளையும்
வழங்க வாய்ப்பளிக்கும் வாழிடமிது!

பெண்ணுரிமையை முன்னிறுத்திப்
போற்றும் மக்களின் பொன்நிலமிது;
மாற்றுத் திறன் கொண்டோரின்
ஏற்றத்தைப் பேணும் பரணியிது!

மதம் பிடித்தோரின் மனநோயை
மனிதத்தால் போக்கும் தேசமிது;
சாதி பார்க்கும் அகம்பாவிகளைச்
சமூகநீதியால் ஒடுக்கும் நாடிது!

கேள்வி கேட்கும் எண்ணத்தைக்
கேட்காமலே விதைக்கும் களமிது;
பகுத்தறியும் கல்வியைப் புகுத்திப்
பண்புடன் வாழ்விக்கும் நிலமிது!

இயற்கையோடு இயைந்து வாழ்வதை
இலக்காகக் கொள்ளும் சோலையிது;
மக்கள் பக்கம் நிற்கும் அரசை
எக்காலமும் உருவாக்கும் ஊரிது!

மூடநம்பிக்கை மடமைகளைக்
கேடென ஒழிக்கும் பாரிது;
அறிவியல் சிந்தையின் அடியொட்டி
அறிவை ஊற்றும் ஊரிது!

உழைப்போரின் உரிமைகளைப்
பிழையின்றிப் பேணும் பூமியிது;
மொழியின் மேன்மையை விழியினும்
மேலாகக் காணும் அண்டமிது!

    மனிதனுக்கும் மாநிலத்திற்கும்
    மகத்தான உரிமை பேணும் தளமிது;
    தன்மரியாதையை முன்னிறுத்தும்
    தன்னுரிமை வேண்டும் கோட்டையிது!

உணவும் உடையும் உறைவிடமும்
உற்றோரின் உரிமையெனும் உலகிது;
சிறப்பான வாழ்வு தேடி வருவோரை
விருந்தோம்பி உபசரிக்கும் மாநிலமிது!

    பூங்குன்றனாரும் வள்ளுவரும்
    பாரதிதாசனாரும் பெரியாரும்
    விட்டுச் சென்ற கோட்பாடுகளைக்
    கட்டியாளும் பெரியோர் மண்ணிது!

சிறகசையாப் பறவை

இறகுகள் இல்லாத
சிறகசையாப் பறவையின்
வயிற்றுக்குள் நுழைந்து
வசதியாய் உட்கார்ந்தேன்.

தாவிப் பறக்கும்
தகுதி இன்றி
ஓடிப் பறக்கத்
தொடங்குகையில்
உதிரம் உறைந்தது.

பஞ்சுப் பொதியின்
நெஞ்சைக் கிழிந்து
மேல் எழுந்து, குலுங்குகையில்
கீழ் வயிறு கலங்கியது.

தவசியாய் இருந்த பொம்மை
தாண்டவம் ஆடத் தொடங்க
மெய்துடித்து இதயம் வெடிக்க
அய்யோவென்று அலறினேன்!

உயரப் பறந்த பருந்து
ஊர்க்குருவியாகி
தரையைத் தொட்டு
ஊர்ந்த அதிர்வில்
உதிர்ந்து ஒட்டியது உயிர்.

இல்லாத கடவுள்கள்
எல்லோரையும் வேண்டியபின்
அறிவியலின் ஆற்றலால்
உயிரோடு தரை இறங்கிட,
முடிந்தது முதல் பயணம்!

பிறை கோடி கண்ட தமிழ்

எம்மொழியும் எதிர் மொழியல்ல எமக்கு;
செம்மொழி உயர்மொழி என்பதே வழக்கு!

மாற்று மொழி கற்பதில் களங்கமில்லை;
வேற்று மொழியைத் திணிப்பதுவே களவு!

வேண்டும் மொழியைக் கற்பது அறிவாகும்;
தூண்டுதலால் கற்கச் செய்வது துயராகும்!

எவ்விடத்தும் தாய் மொழி ஒலிக்க வேண்டும்;
ஒவ்வாத இடமென்று ஒன்றுமில்லை உலகில்!

எத்தனை மொழி கற்பதுவும் தவறில்லை;
அத்தனையும் ஒன்றாய்க் கற்பதே இடர்!

பிற மொழியைத் திணிப்பதவர் முடிவெனில்
உயிர் மொழியை ஓங்கி ஒலிப்பதெம் உரிமை!

பிறை கோடி கண்ட தமிழின் உயர்வை
மறைப்பதைப் பொறுப்பது பிறவிப் பிழை!

வசந்தமே வா!

வசந்த விழாவின் கோலங்கள்
வண்ணங்களால் வடிவெடுத்து
உள்ளச் சுரங்கில் நுழைந்து
உணர்வுகளாய் விரிந்தன.

மலைமீதான வனத்தில்
சுனையொன்றின் கரையினிலே
களைத்து அயர்ந்த போது
கண்ணோரப் பார்வை!

அமைதிப் பள்ளத்தாக்கில்
ஓசையில்லா சூனியத்தில்
இறைவனுமில்லா இடத்தில்
இதயத்தின் ஓசை!

வெற்றிடத்தின் உச்சியில்
காற்றுமில்லா வான் வெளியில்
காயத்தோடு காயம் சேர்ந்து
கட்டுண்ட தேடல்!

பொய்கைக் கரைப் புனலில்
மையல் கொண்ட வேளையில்
செய்கையில் உச்சம் நேர்கையில்
பெய்திடும் மூச்சின் ஒலி!

மழைக்கால காலையில்
மலர்க்காடு ஒன்றின்
மகரந்தத்தின் மணத்தோடு
மனதிற்கினியாரின் வாசம்!

பஞ்சுப் பொதி மேகத்தில்
துஞ்சும் பொழுதினிலே
நெஞ்சம் சாய்ந்து, நீ
கொஞ்சும் மொழி!

மலரிதழ் மேவிய பாதையில்
மெல்லிறகுப் பாதத்தைக் கீறி
தவறி இருந்த காம்பு தரும்
கதறி அழும் வலி!

பாலைநிலத்தின் நடுவிலே
படுதுயர் கொண்ட மனதிற்கு
மென்மை தரும் சொல்லோடு
மெல்லிய சீண்டல்!

அருவியின் ஓரச் சாரலில்
அருகே நீ இருக்கையில்
சருகாய் உடையணிந்து
சரசமாடும் குளியல்!

பருவ வயதின் தேவையை
பருகும் போது தோன்றிடும்
கருக் கொண்ட கவிதை
உருக் கொண்ட உணர்வு!

வையத்தைத் தாக்கும் புயலின்
மையத்தில் சிக்கிய வாழ்வில்
இறுகப் பற்றும் தூணாய், நீ
இருக்கின்ற நம்பிக்கை!

சுடும் பாலை மண்ணில்
தடம் பதித்து நடக்கையில்
இதம் தேடும் காலுக்கு
பதமாகும் உந்தன் நிழல்!

கானல் நீரான வாழ்க்கையில்
யாருமில்லாது மனம் வாடையில்
உயிரினொலி நிற்கும் நேரத்தில்
தோள் கொடுக்கும் தோழமை!

வாழ்வெங்கும் நிறைந்திருக்கும்
வசந்தத்தின் வானவில்லை
நின்னோடு இணைந்து கண்டால்
நித்தமும் நிறப்பிரிகைதான்!

இளைய நாட்டின் முதுகுடிகள்

இந்த நிலமும் நாடும் மூலத்தில் ஒன்றே!
பேரண்ட வரலாற்றில் இரண்டும் இளமையானதே!
கல் தோன்றிய காலத்திய முதுகுடிகள்,
இளைய நாட்டில் களைகளின் கைப்பிடியில்!

பீடபூமி நிலத்தில் மேடு பள்ளங்களாய்
ஊடுருவிகளால் சமூகத்தில் ஏற்ற இறக்கங்கள்!
சமதளமற்ற நாட்டில் சமநிலையும் சமூக நீதியும்
சாமான்யனுக்கு சடுதியில் கிட்டுமோ?

கெட்டாலும் மேன்மக்கள் மேன்மக்களே!
கோட்டிகள் நடுவிலே குணத்தில் இமயம்
தொட்டாலும், எல்லோரும் சமமென்பது
எட்டாத உயரத்தில் எட்டியே இருக்கிறது!

நூல் கற்று உயரும் உலகில், கற்காது
பிறப்பால் வரும் உயர்வைப் பேணும் ஊரிது!
நற்பண்புகள் தரும் உயர்வை ஒழித்து
கற்கால சாதியைக் கட்டியழும் ஊரிது!

உண்பதற்கும் உடுப்பதற்கும் அல்லாடினாலும்
ஆண்ட பரம்பரை ஆணவத்திற்கு அளவில்லை!
மாற்று நம்பிக்கை போற்றுகின்ற மக்களிடம்
வேற்றுமை காட்டும் கிறுக்குகளுக்குக் குறைவில்லை!

அறிவுக்கும் உழைப்பிற்கும் மேன்மை காட்டாது
ஆணவத்திற்கும் வெறுப்பிற்கும் மதிப்புக் கூட்டி
முதுகுடிகள் மூடத்தனத்தில் மூழ்கிப் போனால்,
நாகரீகத்தின் நாற்றங்கால், களைகளின் காடாகிவிடும்!

இரா. திருப்பதி வெங்கடசாமி

உயிரின் இசை

விரல் நுனியில்
இரத்தம் கசிய
நகம் கடிக்கையில்...

உறை குளிரில்
உடல் வியர்த்து
படபடக்கையில்...

நாவறண்டு உளற
சொற்கள்
சுருங்குகையில்...

செய்வதறியாது
சோர்ந்திருக்கும்
கையறு நிலையில்...

உயர் அழுத்த
உணர்ச்சிப் பெருக்கில்
உதிரம் கொதிக்கையில்...

சன்னமாகக் கேட்கும்
அன்பின் இசையில்
உள்ளம் மலராகும்!
மொட்டும் அலராகும்!!

உடலின் அழுகையை
உடனே தணிக்கும்
உயிரின் இசை!

சிலிர்ப்பு

நீளமாய் எட்டு வைத்து
வேகத்தை மேம்படுத்தி ஓடு...
உன் கால்கள் வலிக்கட்டும்!

போகும் திசை அறியாது
மனம் போன போக்கில் நட...
மனம் ஆவியாய்த் திரியட்டும்!

எல்லைத் தடைகள் உடைந்து
எண்ணங்களைப் படர விடு...
கட்டுப்பாடுகள் கரையட்டும்!

சிறகுகளைத் திடமாய் விரித்து
முகில்களுமற்ற வானில் பற...
இறகுகள் உதிராதிருக்கட்டும்!

காப்புரிமையில்லாக் காட்சிகள்
கண்களை உறுத்தும் மட்டும் பார்...
கண்ணீர் ஆடை நனைக்கட்டும்!

இயற்கையின் ஓசையை உணர்
ஒலியின் அளவை அளந்து கேள்...
காதுகள் கூர்மையாக இருக்கட்டும்!

நாசியில் நுழையும்
உலக நாற்றங்களை நுகர்...
காற்றுப்பை சீராய் இயங்கட்டும்!

இயற்கை தரும் உணவுகள்
எல்லாவற்றையும் சுவை...
வயிற்றிற்கு கட்டுப்பாடுகள் சீராகட்டும்!

உடலின் உணர்வுகள்
ஒவ்வொன்றாய் உணர்...
உதிரத்தின் சூடு அடங்கட்டும்!

அக்கிரமத்தின் அடிவேரை
அசைத்துப் பார்...
சூறாவளிகள் சுழன்றடிக்கட்டும்!

மண்ணில் காணும் யாவற்றையும்
எண்ணிப் பார்த்து அறி...
கேள்விக் கணைகள் துளைக்கட்டும்!

உலகின் ஆச்சர்யங்களை
உள்மனதில் அசை போடு...
உடல் முழுதும் சிலிர்க்கட்டும்!

இருக்குமிடத்தில் எதுவுமில்லை
இல்லாத இடம் எங்குமில்லை
அனுபவங்கள் அளவு கடந்தவை!

அனுபவங்களைத் தேடு...
அண்டவெளியின் ஆச்சர்யங்களில்
அணுவளவேனும் உனதாக்கு!

அனுபவமில்லாத வாழ்க்கை
முளைக்காத விதையின் கூடு!
களைப்பில்லா வாழ்வின் கேடு!!

மலர்க்காடு

சருகுப் போர்வையில்
இறகுப் பூக்கள் துயில்கின்றன!

காற்று இருக்கையில் மட்டும்
சிற்றிடை அசைக்கும் அழகிகள்!

பச்சை வானில் பூத்த
பறக்காத மின்மினிகள்!

புதிதாய் பிறந்த குழந்தைகளின்
புன்னகைக்கும் முகங்கள்!

வண்டுகளுக்கு உணவளித்துக்
கொண்டாடும் அன்னைகள்!

நறுமணம் பரப்பிக்
குறுநகை புரியும் குப்பிகள்!

சுண்ணப் பொடியின்றி
வண்ணம் தீட்டிய ஓவியங்கள்!

காதல் உணர்வைத் தூண்டி
உலகை இயக்கும் சுரப்பிகள்!

களைப்பைக் களைந்து
ஊக்கம் ஊட்டும் ஊக்கிகள்!

வண்ணப் பொடிகளில் வடித்த
கண்ணாடிப் பெட்டகங்கள்!

செங்காரம்

போராட்டத்தின் அறிகுறியாய்
பொதுஉடைமையின் பொதுக்குணமாய்
புவியெங்கும் இருப்பது சிவப்பு!

    சமூகப் புரட்சியின் அடையாளமாய்
    சமத்துவ சமூகத்தின் அடித்தளமாய்
    சகலருக்கும் சமமானது சிவப்பு!

உரிமைக்குரலின் ஊற்றாகவும்
உணர்வாகவும் என்றும் இருப்பது
உதிர நிறத்தின் கருத்தியல்!

    கருத்தியலில் சிவப்பை ஏற்றதால்
    கயமைத் தனத்தைக் காணும் போது
    காரம் அதிகாரமாய் வெளிப்படுகிறது!

சமூகத்தின் சாக்கடைகளைச்
சாடுகின்ற செயலைச் செய்கையில்
சீற்றம் சீறிப் பாய்ந்து வருகிறது!

    ஏழைகள் படும் அல்லல்கள்
    எல்லை கடந்து போகையில்
    எரிச்சலும் எல்லை கடக்கிறது!

சமத்துவத்தைச் சாகடித்து விட்டுச்
சாதிச் சிந்தனையை முன்னிறுத்தினால்
சினம் சிவப்பாய் வருகிறது!

    விளிம்பு நிலை மக்களுக்கு எதிரான
    விரோதச் செயல்களைக் கண்டால்
    குரோதம் கொப்பளித்து வருகிறது!

உரிமை கேட்போரின் குரல்வளை
நெரித்து உரிமையைக் கொன்றால்
வெறியும் நெறிகெட்டு வருகிறது!

    கடைநிலை மக்களின் உழைப்பைச்
    சதிசெய்து சுரண்டுவதைக் கண்டால்
    கொதிப்பின் கொதிநிலை கூடுகிறது!

குரலற்ற மக்களின் வாழ்வுதனைக்
குலைக்கும் செயல்களைக் கண்டால்
கோபம் கூடுதலாக வருகிறது!

    செங்கொடியின் சித்தாந்தம்
    சீற்றத்தைத் தணிய வைத்துச்
    செவ்வனே சிந்திக்கச் செய்கிறது!

சிவப்பு மட்டும் போதாது;
காரம் மட்டும் தீர்வு தரா;
செங்காரமே சிறப்புத் தரும்!

    செங்காரம் சிந்தையில் நுழைந்து
    செயலில் காரத்தைச்
    செம்மையாகச் சேர்த்துச்
    சிறப்பாக்கச் செய்கிறது!

செங்காரம் தனிக் கருத்தல்ல;
சிவப்புக் காரத்தின் செயல் வடிவம்;
செஞ்சுடரின் கதிர்களின் தொகுப்பு;
செம்மை வேண்டி காரமான முழக்கம்!

நூலாசிரியர் குறிப்பு

தி.வெ.ரா. என்று அறியப்படும் திருப்பதி வெங்கடசாமி, ரா., விருதுநகர் மாவட்டம் சிப்பிப்பாறை கிராமத்தைச் சேர்ந்தவர். தமிழ் இலக்கியத்தை விருப்பப் பாடமாகக் கொண்டு இந்திய குடிமைப் பணித் தேர்வு எழுதி வெற்றி பெற்றவர். இளவயது முதல் தமிழ் இலக்கியங்களையும், தமிழ் இலக்கிய வரலாற்றையும் கற்பதில் முனைப்புக் காட்டி வருபவர்.

சமூகத்தையும் சமூகச் சிக்கல்களையும் அணுகும் நோக்கில் மாறுபட்ட சிந்தனைகளைக் கொண்டவர். அவற்றைத் தெளிவாகப் பொது வெளியில் நேரடியாகவும், சமூக ஊடகங்களிலும் வெளிப்படுத்துபவர்.

'தணிக்கை தெளிவாக்கமும் செயல்முறைகளும்' என்ற முதல் முழுமையுமான தணிக்கைப் பாட நூலைத் தமிழில் எழுதியுள்ளார். இவர் எழுதிய மற்றுமொரு நூல் 'மெய்ப்பாடுகள்' எனும் இலக்கியச் சுவை கொண்ட அனுபவத் தொகுப்பு.